mantra lingua

THIS BOOK
BELONGS TO:

_____

_____

_____

For Anna
M.W.

For Sebastian,
David & Candlewick
H.O.

Information   English   Language

Published by arrangement with Walker Books Ltd, London SE11 5HJ

Dual language edition first published 2006 by Mantra Lingua
Dual language TalkingPEN edition first published 2010 by Mantra Lingua
Global House, 303 Ballards Lane, London N12 8NP, UK
http://www.mantralingua.com

Text copyright © 1991 Martin Waddell
Illustrations copyright © 1991 Helen Oxenbury
Dual language text and audio copyright © 2006 Mantra Lingua
This edition edition 2011

A CIP record of this book is available from the British Library

Printed in Malta GC080611PB0711

தோட்டக்காரனும் வாத்தும்
FARMER DUCK

written by
MARTIN WADDELL

illustrated by
HELEN OXENBURY

MANTRA LINGUA

முன்பு ஒரு காலத்தில் ஒரு துரதிர்ஷ்டமான
வாத்து சோம்பேறித் தோட்டக்காரன்
உடன் வாழவேண்டி இருந்தது.
வாத்து எல்லா வேலைகளையும் செய்தது.
தோட்டக்காரன் கட்டிலிலே தூங்கிக்
கொண்டு இருப்பான்.

There once was a duck who had the bad luck
to live with a lazy old farmer.
The duck did the work.
The farmer stayed
all day in bed.

வாத்து பசு மாடுகளைத் தோட்டத்தில்
இருந்து கூட்டிக்கொண்டு வந்தது.
"வேலை எப்படி இருக்கிறது?" என
தோட்டக்காரன் கேட்டான்.
"குவாக்!" என வாத்து பதில் அளித்தது.

The duck fetched the cow from the field.
"How goes the work?"
called the farmer.
The duck answered,
"Quack!"

மலைப்பகுதியில் நின்ற ஆடுகளை வாத்து
கூட்டிக்கொண்டு வந்தது.
"வேலை எப்படி இருக்கிறது?" என தோட்டக்காரன் கேட்டான்.
"குவாக்!" என வாத்து பதில் அளித்தது.

The duck brought the sheep from the hill.
"How goes the work?" called the farmer.
The duck answered,
"Quack!"

கோழிகளை வாத்து அவற்றின் வீட்டுக்குள்
கொண்டுவந்து விட்டது.
"வேலை எப்படி இருக்கிறது?" என
தோட்டக்காரன் கேட்டான்.
"குவாக்!" என வாத்து பதில் அளித்தது.

The duck put the hens in their house.
"How goes the work?"
called the farmer.
The duck answered,
"Quack!"

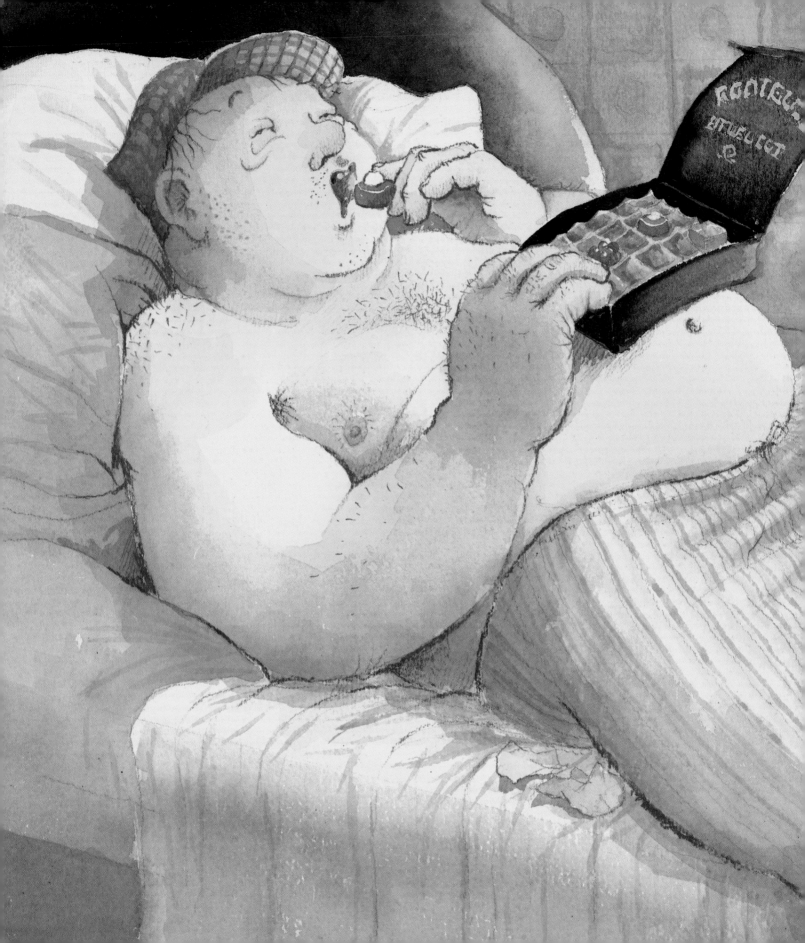

தோட்டக்காரன் கட்டிலேயே படுத்திருந்ததால் கொழுத்துக்
கொண்டு வந்தான். பாவம் வாத்து முழு நாளும் வேலை
செய்வதால் விரக்தி அடைந்தது.

The farmer got fat through staying in bed
and the poor duck got fed up
with working all day.

"வேலை எப்படி இருக்கிறது?"
"குவாக்!"

"How goes the work?"
"QUACK!"

"வேலை எப்படி இருக்கிறது?"
"குவாக்!"

"How goes the work?"
"QUACK!"

"வேலை எப்படி இருக்கிறது?"
"குவாக்!"

"How goes the work?"
"QUACK!"

"வேலை எப்படி இருக்கிறது?"
"குவாக்!"

"How goes the work?"
"QUACK!"

"வேலை எப்படி இருக்கிறது?"
"குவாக்!"

"How goes the work?"
"QUACK!"

"வேலை எப்படி இருக்கிறது?"
"குவாக்!"

"How goes the work?"
"QUACK!"

பாவம் வாத்து. அது தூக்கமும்
துக்கமும் களைப்பும்
அடைந்து இருந்தது.

The poor duck was sleepy
and weepy
and tired.

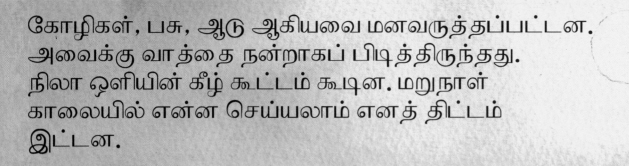

கோழிகள், பசு, ஆடு ஆகியவை மனவருத்தப்பட்டன.
அவைக்கு வாத்தை நன்றாகப் பிடித்திருந்தது.
நிலா ஒளியின் கீழ் கூட்டம் கூடின. மறுநாள்
காலையில் என்ன செய்யலாம் எனத் திட்டம்
இட்டன.

"ம்மா!"என்றது பசு.
"ம்மே!" என்றது ஆடு.
"கொக்கறக்கோ!" என்றன கோழிகள்.
இது தான் அவற்றின் திட்டம்.

The hens and the cow
and the sheep got very
upset.
They loved the duck.
So they held a meeting
under the moon and
they made a plan
for the morning.

“MOO!” said the cow.
“BAA!” said the sheep.
“CLUCK!” said the hens.
And THAT was the plan!

தோட்டப்பகுதியில் மாலைப்பொழுதினில்
பின்கதவு வழியாக பசு, ஆடு, கோழிகள்
வீட்டிற்குள் சத்தம் இன்றி நுழைந்தன.

It was just before dawn and the farmyard was still.
Through the back door and into the house
crept the cow and the sheep and the hens.

வீட்டு வரவேற்பு அறைக்குள்
அவை மெதுவாகச் சென்றன.
மாடிப்படிகளில் அவை ஓசை
இன்றி நடந்து சென்றன.

They stole down the hall.
They creaked
up the stairs.

தோட்டக்காரனின் படுக்கைக் கட்டிலின் கீழ் அவை நெருக்கமாகப படுத்துக் கொண்டு நெழிந்தன. அவனது படுக்கைக் கட்டில் ஆடத் தொடங்கியது. தோட்டக்காரன் படுக்கையால் எழுந்து "வேலை எப்படி இருக்கிறது?" எனக் கேட்டான்.
அத்தோடு...

They squeezed under the bed of the farmer and wriggled about. The bed started to rock and the farmer woke up, and he called, "How goes the work?" and...

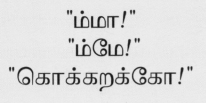

"ம்மா!"
"ம்மே!"
"கொக்கறக்கோ!"

"MOO!"
"BAA!"
"CLUCK!"

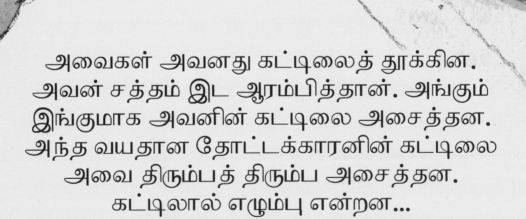

அவைகள் அவனது கட்டிலைத் தூக்கின.
அவன் சத்தம் இட ஆரம்பித்தான். அங்கும்
இங்குமாக அவனின் கட்டிலை அசைத்தன.
அந்த வயதான தோட்டக்காரனின் கட்டிலை
அவை திரும்பத் திரும்ப அசைத்தன.
கட்டிலால் எழும்பு என்றன...

They lifted his bed and he started to shout, and they banged
and they bounced the old farmer about and about and about,
right out of the bed...

அவன் பசு, ஆடு, கோழிகளுக்கு மேல் விழுந்தான்.
அவைகள் ம்மா என்றும், ம்மே என்றும் கொக்கறக்கோ
என்றும் அவனைச் சுற்றிச் சத்தம் இட்டன.

and he fled with the cow and the sheep and the hens
mooing and baaing and clucking around him.

அந்தப் பாதையால் போ...
என்றது "ம்மா!"

Down the lane...
"Moo!"

தோட்டத்தின்
ஊடாக போ...
என்றது "ம்மே!"

through the fields...
"Baa!"

மலைக்கு மேல் போ...
என்றது "கொக்கறக்கோ!"

over the hill...
"Cluck!"

அவன் திரும்பி வரவே இல்லை.

and he never came back.

களைத்துப்போன வாத்து
அசைந்து அசைந்து
தோட்டத்திற்குள் திரிந்து
"வேலை எப்படி இருக்கிறது?"
என்ற சத்தம் கேட்க வேண்டுமே
என எதிர்பார்த்துக்
கொண்டு இருந்தது.
யாருமே அந்த
சத்தத்தைக் கூறவில்லை!

The duck awoke and waddled wearily into the yard expecting
to hear, "How goes the work?"
But nobody spoke!

பின்பு பசு, ஆடு, கோழிகள் திரும்ப வந்தன.
"குவாக்?" என வாத்து கேட்டது.
"ம்மா!" என்றது பசு.
"ம்மே!" என்றது ஆடு.
"கொக்கறக்கோ!" என்றன கோழிகள்.
நடந்த முழு சம்பவத்தையும் அவைகள்
வாத்திற்குக் கூறின.

Then the cow and the sheep and the hens came back.
"Quack?" asked the duck.
"Moo!" said the cow.
"Baa!" said the sheep.
"Cluck!" said the hens.
Which told the duck
the whole story.

ம்மா, ம்மே, கொக்கறக்கோ என அவை தத்தமது
சத்தத்தை இட்டுக் கெண்டு தோட்டத்தில்
வேலை செய்யத் தொடங்கின.

Then mooing and baaing
and clucking and quacking
they all set to work
on their farm.

Here are some other bestselling

dual language books from Mantra Lingua

for you to enjoy.